(இளம் எழுத்தாளர்)

Story copyright © 2016 by Mukilan Karthikeyan

Illustration copyright © 2016 by iPAATTI, USA

All rights reserved. No part of this book may be reproduced in any form without any written permission from the publisher.

Published in United States of America by iPAATTI, Inc (www.ipaatti.com).

The author won "Young Tamil Author 2015 – USA" award for this book.

Few images are from the link:

https://pixabay.com/vectors/tv-television-screen-electronic-3553896/

https://pixabay.com/vectors/sun-rising-ocean-sunrise-sky-312708/

https://pixabay.com/vectors/clipboard-student-writing-work-pen-2899586/

https://pixabay.com/vectors/thought-light-bulb-idea-shine-306208/

https://pixabay.com/vectors/rotfl-lol-laughing-smiley-emotion-146427/

https://pixabay.com/vectors/boy-business-cartoon-comic-1300226/

https://pixabay.com/vectors/examination-homework-correction-154709/

https://pixabay.com/vectors/blackboard-green-frame-school-green-1788630/

iPAATTI, Inc. USA.

முகிலன், தானும் இப்போது ஒரு எழுத்தாளர் என்ற பெருமையோடு தன் முதல் தமிழ்க் கதையை வெளியிடுகிறார். தமிழ் மேல் ஆர்வமும், தமிழின் பழைமை மேல் பெருமையும் இவருக்கு அதிகம் உண்டு. வீட்டில் தினமும் அம்மா அப்பாவிடம் தமிழ்க் கதைகள் கேட்பார், படிப்பார். "தன்னாலும் கதை எழுத முடியும்", என்று இப்போது தான் கண்டு பிடித்துள்ளார். இனி, இவர் நிறைய கதைகளை எழுதுவார். ஆர்வத்தோடு காத்திருங்கள் இவரின் அடுத்த கதைக்காக...

**முகிலன் கார்த்திகேயன்**

அகிலன் பள்ளியிலிருந்து வீட்டிற்கு மிக வருத்தத்துடன் நடந்து போய்க் கொண்டிருந்தான். அன்று நடந்ததைப் பற்றி நினைத்துக் கொண்டே நடந்தான்.

தேர்வில் பதினெட்டாம் இடத்தில் தேர்ச்சி பெற்றிருந்தான். யாருக்கும் தீங்கு நினைக்காத நல்ல பையன் அகிலன். அம்மாவுக்கு உதவியாக இருப்பான். ஆனால், கொஞ்சம் சோம்பேறித்தனம். சாப்பாட்டு இராமன்.

திருத்தப்பட்ட விடைத்தாள் கொடுத்தார்கள். ஆசிரியை மகிழும் அளவிற்கு அவன் மதிப்பெண் வாங்கவில்லை. அவன் முயற்சி செய்திருந்தால் நல்ல மதிப்பெண் வாங்கி இருப்பான்.

"உன்னிடம் முயற்சியும் இல்லை! முறையான பயிற்சியும் இல்லை! அப்புறம், எப்படி முன்னேறுவாய்?" என்று ஆசிரியை திட்டினார். எல்லாரும் அவனைப் பற்றிப் பேசிக் கொண்டார்கள்.

தேர்வுக்கு முந்தைய இரவு தொலைக்காட்சி பார்த்து விட்டு படுக்கைக்குப் போக வெகுநேரம் ஆகிவிட்டது. அதனால், அவன் தேர்வு எழுதும் போதே தூங்கி விட்டான். எல்லோரும் அவனைப் பார்த்து சிரித்தார்கள்.

"தொப்பையா தொப்பையா" என்றும் கேலி செய்தார்கள். **டமார்!**. அனைத்தையும் நினைத்துக் கொண்டே நடந்து கொண்டிருந்த அகிலன் விளக்குக் கம்பத்தில் இடித்துக் கொண்டான்.

பின்பு, எப்படியோ மெல்ல மெல்ல வீடு வந்து சேர்ந்தான். "அம்மா ... அம்மா!" என்று கூப்பிட்டுக் கொண்டே வீட்டிற்குள் நுழைந்தான் அகிலன். அகிலனுக்காக அம்மா தோசை வார்த்துக் கொண்டு இருந்தாள்.

"என்னடா கண்ணு? வருத்தமாக இருக்கிறாய்? என்ன, மறுபடியும் பதினெட்டாம் இடமா?" என்று அம்மா கேட்டாள். "ஆமாம் அம்மா!" என்று தலையாட்டினான்.

"அம்மா, என்னால் படிப்பில் கவனம் செலுத்த முடியவில்லை. எனக்குப் படம் பார்க்கத்தான் தோன்றுகிறது. என்னை எல்லோரும் தொப்பையன் என்று வேறு கேலி பண்றாங்க. என்னை நான் எப்படி மாற்றிக் கொள்வது அம்மா?" என்று ஏக்கமாகக் கேட்டான்.

அவர்கள் பேசிக் கொண்டிருந்த போது திடீர் என்று "டம்டம்டம்" என்று சத்தம் கேட்டு இருவரும் தெருவுக்கு வந்து பார்த்தனர். முரசு ஒலித்துக் கொண்டு பிள்ளையார் தேரில் ஊர் வலம் வந்து கொண்டு இருந்தார். இருவரும் பிள்ளையாரைக் கும்பிட்டனர்.

அம்மாவுக்குச் சட்டென்று ஒரு யோசனை தோன்றியது. "கண்ணு, அகிலா! நீ தினமும் பிள்ளையாரைக் கும்பிட்டுவிட்டுத் தோப்புக்கரணம் போடு. எல்லாம் சரி ஆகிவிடும்!" என்றாள்.

அகிலனும் என்னதான் மாற்றம் வரும் என்று பார்க்கலாம் என நினைத்து "சரிங்கம்மா, செய்கிறேன்" என்றான்.

அன்று இரவு அப்பாவிடம் அன்று பள்ளியில் நடந்ததை எல்லாம் கூறி வருத்தப் பட்டான் அகிலன். பிள்ளையாரைக் கும்பிட்டுவிட்டுத் தோப்புக்கரணம் போடச் சொல்லி அம்மா சொன்னதையும் கூறினான். அப்பாவும் "நல்லது, அப்படியே செய்!" என்று கூறினார்.

தூங்க முடியாமல் தடுமாறிக் கொண்டிருந்தான் அகிலன். அப்பா அவனுக்கு அகத்தியர் பிள்ளையாருக்குக் குட்டு போட்டுக் கொண்ட கதையைச் சொன்னார்.

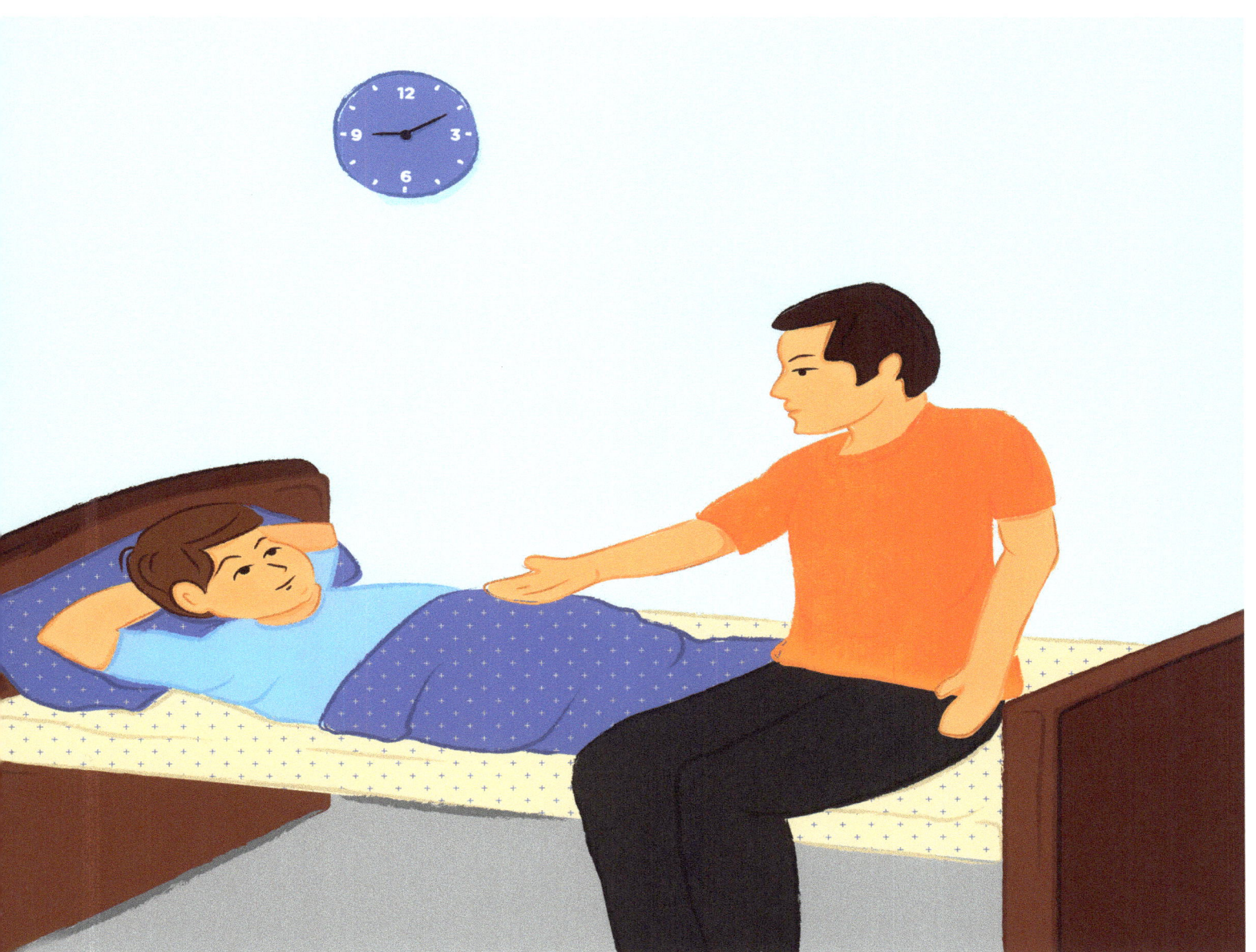

அகிலனும் மிகவும் ஆர்வமாகக் கேட்டான். பின்பு, அவன் தோப்புக்கரணம் போடுவதற்குக் கதை உண்டா என்று கேட்டான்.

# கதை

அப்பாவும் "ஆமாம்... அதற்கும் கதை உண்டு!"
என்று கதை சொல்லத் தொடங்கினார். பெருமாளிடம்
இருந்து சக்கரத்தை எடுத்துக் கொண்டு
விளையாட்டாக வாயில் வைத்துக் கொண்டார்
பிள்ளையார். பிள்ளையாரிடம் இருந்து சக்கரத்தை
பலவாறாக வாங்க முயற்சித்தும் அவரால்
முடியவில்லை.

கடைசியில் அவரைச் சிரிக்க வைத்துச் சக்கரத்தை கீழே விழ வைக்க முடிவு பண்ணினார். அதற்காகப் பெருமாள் போட்டதுதான் இந்தத் தோப்புக்கரணம்!" என்று சொல்லி முடித்தார் அப்பா.

மறுநாள் காலையில் "தோப்புக்கரணம் போட்டு எப்படியாவது தொப்பையைக் குறைத்து அறிவை வளர்க்க வேண்டும்!" என்று முடிவுடன் எழுந்தான் அகிலன்.

தினமும் பிள்ளையாரை மனமுருகி வேண்டி 108 தோப்புக்கரணம் போட நினைத்தான். ஆனால் அவனால் முடியவில்லை.

முதல் நாள் 18 தோப்புக்கரணம் போட்டான். இரண்டு நாள் கழித்து 36 போட்டான். அப்படியே சிறிது சிறிதாக அதிகப் படுத்தி ஒரு நாள் 108 தோப்புக்கரணம் போட்டு விட்டான்.

ஒரு நாள் காலையில் மிகவும் மகிழ்ச்சியோடு எழுந்தான். "அம்மா! அம்மா!! நான் பிள்ளையாரைப் பார்த்தேன். என் கனவில் வந்தார். அருளும் தந்தார்.

நான் பாடத்தில் முதலில் வருவேன் என்று சொன்னார்" என்று கூப்பாடு போட்டுக் கொண்டே எழுந்தான் அகிலன்.

அதே போல் வகுப்பில் அன்றைய தினம் கொடுத்த தேர்வுத் தாளில் ஆறாம் இடம் வாங்கி இருந்தான். "அட! அட! முதல் மதிப்பெண் இல்லையா?" என்று கொஞ்சம் ஏமாற்றம் அடைந்தான்.

ஏமாற்றம் அடைந்த அகிலன் தோப்புக்கரணம் உண்மையாகவே பலன் தருமா, அல்லது வெறும் கதையா என்று தெரிந்து கொள்ள ஆசைப்பட்டான். அன்று அது பற்றிய விவரத்தை மடிக்கணினியில் தேடினான்.

மூளை எப்படி வேலை செய்யும், தோப்புக்கரணம் என்றால் என்ன என்று தேடியவனுக்கு வியப்பு காத்திருந்தது.

வெளிநாடுகளில் எல்லாம் இதை யோகாவாக செய்வதைப் படமாகப் பார்த்தான். மீண்டும் ஊக்கமும் நம்பிக்கையும் கொண்டான். அப்போதே, "தினமும் தோப்புக்கரணம் போடுவேன்" என்று உறுதி கொண்டான்.

நாட்கள் ஓடின. முழு ஆண்டுத் தேர்வும் வந்தது. தேர்வு என்றாலே பயந்து போகும் அகிலன் அத்தனை பாடங்களையும் பொறுப்பாகப் படித்தான். பக்கம் பக்கமாகத் தேர்வு எழுதினான்.

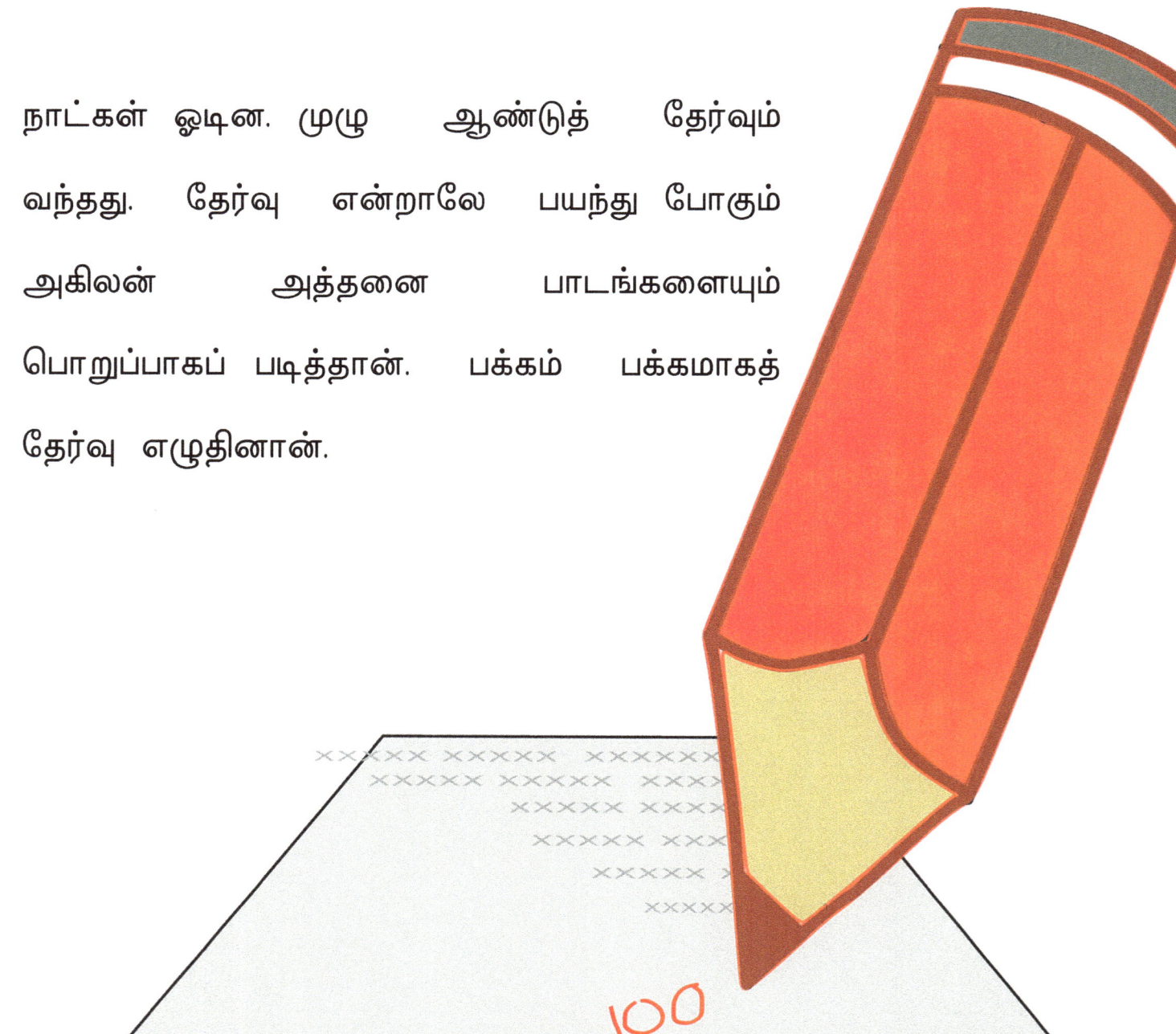

அவனுக்கே வியப்பாக இருந்தது. எப்படித் தனக்கு எல்லாம் நினைவுக்கு வருகிறது என்று அவனுக்கே புரியவில்லை. கை வைத்தது தான் தெரியும். நேரம் போவதே தெரியாமல் தேர்வெழுதி முடித்தான். எல்லாத் தேர்வுகளையும் அப்படியே எழுதினான்.

தேர்வு முடிவுகள் வந்தன. பள்ளியில் இருந்து வேகமாக மிதிவண்டியை மிதித்துக் கொண்டு வந்தான் அகிலன்.

"அம்மா! அப்பா! நான் தேர்வில் முதல் மதிப்பெண் வாங்கிட்டேன். என் கனவு பலித்து விட்டது. பிள்ளையார் சொன்னது உண்மையாகி விட்டது". என்று குதித்தான்.

தனக்குள் நிகழ்ந்த மாற்றம் அனைத்தையும் நினைத்துப் பார்த்து மிகவும் மகிழ்ச்சி அடைந்தான். தன் பிள்ளையின் விடாமுயற்சியை நினைத்துப் பூரித்தனர் அவனுடைய பெற்றோர்.

பள்ளியில் அகிலனை நிறையப் பேர் பாராட்டினார்கள். "உன்னுடைய இந்த வேகமான முன்னேற்றத்திற்கு காரணம் என்ன?" என்று கேட்டார் ஆசிரியை.

அகிலன் அதற்கு, "என்னுடைய பிள்ளையாரும் அவருடைய தோப்புக்கரணமும் தான் காரணம்!" என்றான்.

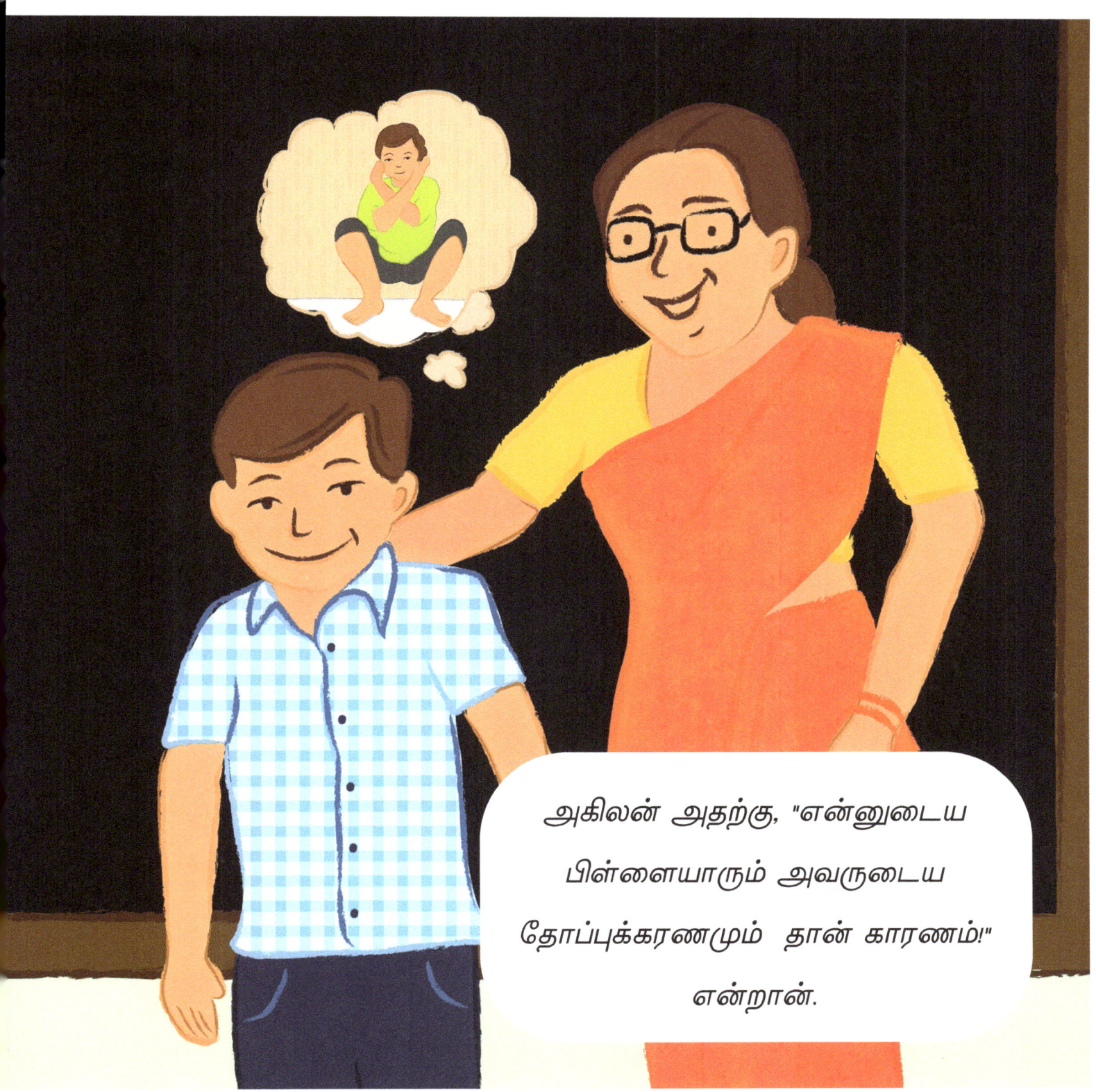

"என் அம்மா என்னைத் தினமும் தோப்புக்கரணம் போடச் சொன்னாங்க. முதலில் மிகவும் கடினமாக இருந்தது. பிள்ளையாரை நம்பினேன். முன்னுக்கு வர முயற்சித்தேன்.

இடையில் சோர்ந்தும் போனேன். ஆனால் பிள்ளையார் நம்பிக்கையும், தோப்புக்கரணதுக்குப் பின்னால் இருந்த அறிவியலும் என்னை மீண்டும் முயற்சி செய்யத் தூண்டியது.

நம்பிக்கை முயற்சியாகி, முயற்சி பயிற்சியாகி, பயிற்சி என் முன்னேற்றமாகி, அந்த முன்னேற்றம் என்னை மேலும் தூண்டி முதன்மைக்கு வர வைத்தது." என்று நீளமாகப் பேசி முடித்தான்.

www.ingramcontent.com/pod-product-compliance
Lightning Source LLC
Chambersburg PA
CBHW061933290426
44113CB00024B/2894
*9780998428215*